आजच्या तरुणाईमध्ये सेल फोनचे व्यसन

धनेश घनश्याम गावडे

सर्वांना नमस्कार,

मी हे पुस्तक माझ्या महाविद्यालय, श्री पंचम खेमराज महाविद्यालय (मुंबई विद्यापीठ) आणि आमचे वाणिज्य विभाग प्रमुख श्री. सचिन देशमुख सर यांना समर्पित करू इच्छितो. मला हा विलक्षण विषय सुचवल्याबद्दल मी सरांचे आभार मानतो.

हा विषय मी माझ्या आईला सांगितला. सरांनी मला ज्या विषयावर लिहायला सुचवलं होतं ते ऐकून ती उत्साहित झाली. माझ्या आईनेही मला हे पुस्तक लिहिण्यास खूप मदत केली. आणि मी माझ्या आईला इतकं आनंदी कधीच पाहिलं नव्हतं. कारण मला मोबाईलचे खूप व्यसन होते.

मी सुद्धा मोबाईलवर जास्त वेळ घालवतो आणि अभ्यासात कमी वेळ देतो. पण या विषयावर लिहिताना मला समजले की मोबाईलचे दुष्परिणाम कसे होतात आणि त्याचे परिणाम जाणवले.

त्यामुळे पुन्हा एकदा मला या विषयावर लिहिण्याची संधी दिल्याबद्दल मी माझे कॉलेज सर, श्री. सचिन देशमुख यांचे मनापासून आभार मानतो.

आणि मी माझी आई सौ सोनालीका घनश्याम गावडे यांचेही आभार मानतो. माझ्या आईमुळे मला खूप प्रेरणा मिळाली आणि मी हे पुस्तक लेखन लिहायला सुरुवात करत आहे.

धन्यवाद.

अनुक्रमणिका

प्रस्तावना

या पुस्तकाचे लेखक :- धनेश घनश्याम गावडे

धनेश घनश्याम गावडे, वय २१. सध्या श्री पंचम खेमराज कॉलेज, सावंतवाडी, सिंधुदुर्ग, महाराष्ट्र येथे बीबीआय (बँकिंग आणि विमा) शिकत आहे. त्याने कॉम्प्युटर इंजिनीअरिंगचा डिप्लोमाही केला आहे. त्याला पुस्तके, कथा, शायरी, कौट्स इत्यादी वाचायला आणि लिहायलाही आवडते. त्याला अनेकदा भयपट कथाही लिहायला आवडतात. आत्तापर्यंत त्यांनी 4 पुस्तके लिहिली आहेत जी पुढीलप्रमाणे आहेत - 1) तुमचे जीवन जगण्याची 50 कारणे, 2) दिल से जुडी 50 शायरी, 3) राहणे किंवा सोडणे:- Forgiving the Unforgivable (इंग्रजी आवृत्ती आणि चौथे पुस्तक मराठीत आहे. आवृत्ती). ही पुस्तके Amazon, Flipkart, Notion Press इत्यादींवर उपलब्ध आहे. तुम्ही त्याचे ब्लॉग देखील वाचू शकता. त्याचा ब्लॉगर आयडी:- Unreliable62.blogspot.com

तुम्ही त्याला त्याच्या इंस्टाग्राम हॅडलवरही फॉलो करू शकता.

इंस्टाग्राम आयडी:- unreliableuniform62

धन्यवाद.

सारांश

"नमस्कार नमस्कार! मी मोबाईल बोलतोय! मी तुझा प्रिय मोबाईल आहे! आज मी इतका आनंदी का आहे? मी तुझ्यावर किती प्रेम करतो हे सांगायची गरज नाही. या मैत्रीमुळे मला आनंद झाला. पण तेही थोडे आंबट होते. सगळ्यांनी मला दोष दिला. मी मुलांना बिघडवत आहे. उपयोग नसणे, कौतुकाचा अभाव असे अनेक आरोप माझ्यावर झाले. "ते तेव्हा आमच्या लक्षात आले. मुलं अभ्यास किंवा महत्त्वाचं काम सोडून माझ्यासोबत खेळायची.

अनेकदा मी माझ्या जवळच्या खेळात मग्न व्हायचे. मोठी माणसंही मला शिव्या देत होत्या. तासनतास गप्पा मारणे, निरुपयोगी मजकूर संदेश पाठवणे सामान्य आहे. रस्त्याने चालताना किंवा गाडी चालवताना माझ्या मदतीने बोलल्याने अनेकदा गंभीर घटना घडल्या आहेत. रस्ता ओलांडताना किंवा रेल्वे रूळ ओलांडताना काहींना जीव गमवावा लागला आहे. काहींनी माझा वापर करून अनेकांना बदनाम केले. या सगळ्यामुळे माझी बदनामी झाली. त्यामुळे मी दुःखी होतो. ही माझी चूक नव्हती, ती माझ्या वापरकर्त्यांची मूर्खता होती.

तरीही मी आशावादी होतो. मला विश्वास होता की एक दिवस सत्य बाहेर येईल आणि माझी उपयुक्तता सिद्ध होईल. चांगले केले.

"मित्रांनो, मी किती उपयोग करू शकतो? मला Facebook बद्दल काही सांगायची गरज नाही. तुम्ही तुमच्या सर्व गप्पाटप्पा तुमच्या मित्रांसोबत फेसबुकच्या माध्यमातून शेअर करू शकता. अनेकांनी फेसबुकचा वापर व्यवसाय, राजेशाही आणि सामाजिक प्रचारासाठी केला आहे. फेसबुकने काही मोठे गुन्हे उघडकीस आणले आहेत. फेसबुकप्रमाणेच यूट्यूब, टम्बलर, पिन इंटरेस्ट, लिक्वीन या वेबसाइटचा वापरही उपयुक्त ठरला आहे. आता व्हॉट्सअॅप ॲप्लिकेशन खूप लोकप्रिय होत आहे.

"तुम्ही तुमची कागदपत्रे, फोटो, व्हिडिओ स्वतः सेव्ह करू शकता आणि पाठवू शकता. एवढेच नाही तर तुम्ही तुमचा स्वतःचा चित्रपट बनवू शकता. जशी तुम्ही तुमची माहिती नोकरीसाठी पाठवता, तशी तुम्ही निवेदनाचे चित्रीकरण करून माहिती पाठवू शकता.

"ते तेव्हा आमच्या लक्षात आले कारण ते खूप लहान असेल. तुम्हाला काय माहित आहे? तुमच्या बँक खात्यात पैसे जमा झाले असल्यास, त्यातून पैसे काढले असल्यास किंवा त्या खात्याशी संबंधित कोणताही व्यवहार झाल्यास मी तुम्हाला ताबडतोब सूचित करेन. इतकंच नाही तर तुमच्या खात्यातून कोणालाही पैसे देण्यास मदत करू शकते. हे हॉटेल

आणि दुकानांना त्यांची बिले भरण्यास मदत करते. पण रस्त्यावरच्या भाज्यांसाठी पैसे देऊनही मला मदत होऊ शकते. आता माझ्यामुळे तुमची बँक तुमच्या खिशात जाईल.

याचा देशाच्या अर्थव्यवस्थेवर किती मोठा परिणाम होणार आहे याचा विचार करा.

मोबाईल फोन्स आपल्याला जगभरातील कोणाशीही उत्स्फूर्तपणे कनेक्ट होण्याचे स्वातंत्र्य देतात. आम्हाला आवश्यक असलेली कोणतीही माहिती शोधण्यासाठी ते आम्हाला सक्षम करतात आणि मनोरंजनाचा एक उत्तम स्रोत आहेत. हे डिव्हाइस आम्हाला सक्षम करण्यासाठी डिझाइन केलेले असताना, दुर्दैवाने. हे आम्हाला वश करण्यासाठी बाहेर वळत आहे. आजकाल जवळपास प्रत्येक मोबाईल वापरकर्ता मोबाईलच्या व्यसनाने त्रस्त आहे. आजकाल प्रत्येकजण त्याच्या किंवा तिच्या सेल फोनवर पिन केलेला आहे. सध्याच्या काळातील एक सामान्य वर्तन म्हणून आपण हे नाकारू शकतो, परंतु सत्य हे आहे की लोकांमध्ये त्याचे चांगले संवादात्मक आणि वर्तन परिणाम आहेत. कारण त्याचे परिणाम धोकादायक असतात. मोबाईलच्या व्यसनामुळे दृष्टी कमजोर होणे, डोकेदुखी, झोपेचे विकार, नैराश्य, तणाव, आक्रमक वर्तन, सामाजिक अलगाव, आर्थिक परिस्थिती, बिघडलेले नाते आणि व्यावसायिक वाढ नाही किंवा कमी होणे यासारख्या अनेक समस्या उद्भवतात. आपल्या आयुष्यावर नियंत्रण ठेवण्यासाठी आपण मोबाईलचा वापर मर्यादित केला पाहिजे. सुरुवातीला हे कठीण असू शकते, परंतु कुटुंब आणि मित्रांचे समर्थन मोबाईल फोनच्या व्यसनावर मात करण्यास मदत करू शकते.

मोबाईल फोन हा 20 व्या शतकातील सर्वात महत्त्वाचा शोध आहे. अलीकडील आकडेवारीनुसार, 50 कोटींहून अधिक भारतीय स्मार्टफोन वापरत आहेत. तंत्रज्ञानाच्या प्रगतीमुळे आपल्या जगात अनेक सोयी निर्माण झाल्या आहेत हे खरे असले तरी त्यामुळे इतर अनेक गंभीर समस्याही आपल्यासमोर आल्या आहेत. मोबाईल फोनचे व्यसन हे तंत्रज्ञानामुळे लोकांच्या जीवनावर विपरीत परिणाम करणारे एक उदाहरण आहे. आयफोन, अँड्रॉइडस आणि टॅब्लेट सारख्या इतर तत्सम स्मार्ट गॅझेट्सच्या अलीकडील स्फोटामुळे, सेल फोन व्यसनाची समस्या चिंताजनक दराने वाढली आहे.

परिचय

मोबाइल फोन्स आम्हाला ऑनलाइन शॉपिंग, ऑनलाइन गेम आणि बरेच काही करण्यास सक्षम करतात. ते आम्हाला जगभरातील लोकांशी जोडतात, आम्ही चित्रे क्लिक करू शकतो, चित्रपट पाहू शकतो, इंटरनेट सर्फ करू शकतो, संगीत ऐकू शकतो आणि इतर विविध क्रियाकलापांचा आनंद घेऊ शकतो. मनोरंजनाच्या या सबस्टेशनचे व्यसन न करणे कठीण आहे. तथापि, त्यास बळी पडणे आवश्यक नाही कारण त्याचे परिणाम हानिकारक असू शकतात. मोबाईल फोन आमच्या सोयीसाठी आणि आमच्या फायद्यासाठी डिझाइन केलेले आहेत. आपण मोबाईल फोनचा वापर मर्यादित केला पाहिजे अन्यथा तो आपल्या जीवनाचा ताबा घेऊ शकतो. आपल्याला वाटत असेल तर आपल्याला मोबाईलचे व्यसन लागले आहे; त्यापासून मुक्त होण्यासाठी आपण पद्धती आणि कल्पना शोधल्या पाहिजेत. मोबाईलच्या या व्यसनातून मुक्त होण्यासाठी आपल्या जवळच्या व्यक्तींना मदत करणे हे आपणही आपले कर्तव्य मानले पाहिजे.

मोबाईलचे व्यसन दिवसेंदिवस वाढत आहे. लोक भ्रमित झाले आहेत कारण त्यांनी त्यांच्या मोबाईल फोनने स्वतःसाठी एक नवीन जग तयार केले आहे आणि ते त्यांच्या जीवनातील त्यांचे प्रमुख घटक बनले आहे. मोबाईलचे वेड लोकांचे खरे आयुष्य कसे लुटत आहे हे पाहणे खेदजनक आहे.

सरासरी भारतीय वर्षातून 1,800 तास त्याच्या मोबाईल फोनवर वापरतो. ते त्याच्या जागरणाच्या तासांच्या अंदाजे एक तृतीयांश आहे. स्मार्टफोनच्या वेडाचा प्रभाव; इंटरनेट आणि टेलिव्हिजन असे आहे की 30 टक्क्यांहून कमी लोक कुटुंब आणि मित्रांना महिन्यातून अनेक वेळा भेटतात.

आता आपण मोबाईल फोन वापरण्याचे काही फायदे आणि तोटे पाहू.

मोबाईल फोन वापरण्याचे फायदे

मोबाईल फोनचे अनेक चांगले उपयोग आहेत, ते आपल्या दैनंदिन जीवनात महत्त्वाचे स्थान व्यापलेले आहे. यामुळे लोकांची जीवनशैली अकल्पनीय प्रमाणात बदलली आहे. मोबाईल फोनचे फायदे खालीलप्रमाणे सूचीबद्ध आहेत,

a) आपल्याला कनेक्ट ठेवते: -

आता आपण अनेक ॲप्सद्वारे आपल्या मित्रांशी, नातेवाईकांशी कधीही जोडले जाऊ शकतो. आता आम्ही फक्त तुमचा मोबाईल फोन किंवा स्मार्टफोन चालवून आम्हाला पाहिजे असलेल्यांशी व्हिडिओ चॅट बोलू शकतो. याशिवाय मोबाईल आपल्याला संपूर्ण जगाबद्दल अपडेट ठेवतो.

b) दैनंदिन संप्रेषण: -

आज मोबाईल फोनने आपले जीवन दैनंदिन जीवनातील क्रियाकलापांसाठी इतके सोपे केले आहे. आज, कोणीही मोबाईल फोनवर थेट रहदारीच्या परिस्थितीचे मूल्यांकन करू शकतो आणि वेळेवर पोहोचण्यासाठी योग्य निर्णय घेऊ शकतो. त्यासोबत हवामान अपडेट्स, कॅब बुक करणे आणि बरेच काही.

c) सर्वांसाठी मनोरंजन:-

मोबाईल तंत्रज्ञानाच्या सुधारणेमुळे संपूर्ण मनोरंजन जग आता एकाच छताखाली आहे. जेव्हा कधी आपल्याला नेहमीच्या कामाचा कंटाळा येतो किंवा विश्रांतीच्या वेळी आपण संगीत ऐकू शकतो, चित्रपट पाहू शकतो, आपले आवडते कार्यक्रम पाहू शकतो किंवा एखाद्याच्या आवडत्या गाण्याचा व्हिडिओ पाहू शकतो.

ड) कार्यालयीन कामकाज सांभाळणे:-

आजकाल मोबाईलचा वापर अनेक प्रकारच्या कार्यालयीन कामांसाठी मिटिंग शेड्यूल, कागदपत्रे पाठवणे आणि प्राप्त करणे, सादरीकरणे, अलार्म, जॉब ॲप्लिकेशन्स इत्यादीसाठी केला जातो. मोबाईल फोन हे प्रत्येक काम करणाऱ्या लोकांसाठी आवश्यक साधन झाले आहे.

e) मोबाईल बँकिंग: -

आजकाल मोबाईलचा वापर पेमेंट करण्यासाठी वॉलेट म्हणून केला जातो. स्मार्टफोनमध्ये मोबाईल बँकिंग वापरून मित्र, नातेवाईक किंवा इतरांना जवळजवळ त्वरित पैसे हस्तांतरित केले जाऊ शकतात. तसेच, एखादी व्यक्ती सहजपणे त्याच्या/तिच्या खात्याच्या तपशीलांमध्ये प्रवेश करू शकते आणि मागील व्यवहार जाणून घेऊ शकते. त्यामुळे बराच वेळ वाचतो आणि त्रासही होतो.

f) एखादी व्यक्ती ताजेतवाने होण्यासाठी आणि मनाचा उपयोग करण्यासाठी गेम खेळू शकते. स्मार्ट फोन अनेक ऑनलाइन आणि ऑफलाइन गेम प्रदान करतात. एखादा गेम खेळून मोकळा वेळ घालवू शकतो.

g) अनेक उपयुक्त **ॲप्स** आहेत जी आम्हाला खूप मदत करतात. माहितीपूर्ण, शैक्षणिक **ॲप्स** विद्यार्थ्यांना घरी राहून शिकण्यास मदत करतात.

h) मोबाईल फोन हा विद्यार्थ्यांच्या जीवनातील एक चमत्कार आहे, ते त्यांच्या मोबाईलमध्ये नेट वापरून विविध विषयांची माहिती शोधू शकतात.

i) प्रवासादरम्यान किंवा कोणत्याही सहलीदरम्यान कोणीही त्यांच्या स्मार्ट फोनमध्ये चित्रे कॅप्चर करू शकतो आणि त्यांच्या स्मार्ट फोनमध्ये अमर्यादित चित्रे जतन करू शकतो.

j) डायरी लिहिण्यासाठी आणि कविता आणि लेख लिहिण्यासाठी मायक्रोसॉफ्ट वर्ड आणि एक्सेल **ॲप्स** सारखे उपयुक्त **ॲप्स** स्मार्टफोनमध्ये इन्स्टॉल करू शकतात.

मोबाईल फोनचे तोटे

a. <u>वेळ वाया घालवणे: -</u>

आजकाल लोकांना मोबाईलचे व्यसन लागले आहे. आम्हाला मोबाईलची गरज नसतानाही आम्ही नेटवर सर्फिंग करतो, गेम खेळतो आणि खरा व्यसन करतो. जसजसे मोबाईल स्मार्ट झाले, तसतसे लोक बेफिकीर झाले.

b. <u>आम्हाला गैर-संप्रेषणक्षम बनवणे: -</u>

मोबाईलच्या मोठ्या वापरामुळे भेटणे कमी आणि बोलणे जास्त झाले आहे. आता लोक प्रत्यक्ष भेटत नाहीत तर सोशल मीडियावर गप्पा मारतात किंवा टिप्पणी करतात.

c. <u>गोपनीयतेचे नुकसान: -</u>

मोबाईलच्या जास्त वापरामुळे एखाद्याची गोपनीयता गमावणे ही आता एक मोठी चिंता आहे. आज कोणीही तुम्ही कुठे राहता, तुमचे मित्र आणि कुटुंब, तुमचा व्यवसाय काय आहे, तुमचे घर कुठे आहे इत्यादी माहिती सहज मिळवू शकते; आपल्या सोशल मीडिया खात्याद्वारे सहजपणे ब्राउझ करून.

d. <u>पैशाचा अपव्यय:-</u>

मोबाईलची उपयुक्तता वाढल्याने त्यांची किंमतही वाढली आहे. आज लोक स्मार्टफोन विकत घेण्यासाठी खूप पैसे खर्च करत आहेत, जे शिक्षण किंवा आपल्या जीवनातील इतर उपयुक्त गोष्टींवर खर्च करण्याऐवजी अधिक उपयुक्त गोष्टींवर खर्च केले जाऊ शकतात.

e. विद्यार्थी त्यांच्या स्मार्टफोनमध्ये ऑनलाइन गेम खेळून त्यांचा मौल्यवान वेळ वाया घालवतात. अभ्यास करण्याऐवजी ते गेम खेळतात किंवा चित्रपट आणि क्लिप पाहण्यात त्यांचा वेळ घालवतात.

f. दहशतवादी आणि गुन्हेगारांकडून हे अत्याधुनिक शस्त्र म्हणून वापरले जाते. बहुतेक हत्येचे प्लॅन मोबाईल फोन वापरून कळवले जातात, मोबाईलमुळे हजारो मौल्यवान जीव गमावले जातात.

g. मुले मोबाईल फोन वापरून अश्लील व्हिडिओ आणि अयोग्य सामग्री पाहू लागतात ज्यामुळे त्यांचे समाजातील नैतिक आणि नैतिक स्थान नष्ट होते.

h. यामुळे आरोग्याचा नाश होतो, विशेषत: विद्यार्थी रात्री उशिरापर्यंत मोबाईल फोन वापरतात, त्यांची झोप योग्य प्रकारे होत नाही आणि रात्री मोबाईल वापरणे धोकादायक आहे, त्याचा दृष्टीवर परिणाम होतो आणि व्यक्तीच्या मानसशास्त्रावर नकारात्मक परिणाम होतो. मोबाईलमुळे अनावश्यक रात्र जागरण सामान्य झाले आहे.

i. खोटे बोलणे आणि इतरांना फसवणे लोकांमध्ये सामान्य झाले आहे. प्रेमप्रकरण, फसवणूक आणि विश्वासघात हे मोबाईल फोनचे उत्पादन आहे. तरुण मुले-मुली मोबाईल फोनद्वारे एकमेकांच्या भावना दुखावतात.

j. विद्यार्थी परीक्षेदरम्यान फसवणूक करण्यासाठी याचा वापर करतात, ते त्यांच्या अभ्यासाकडे दुर्लक्ष करतात आणि फसवणुकीवर अवलंबून राहू लागतात.

मोबाईल व्यसनाची लक्षणे

व्यसनाधीनता हा एक जुनाट आजार आहे आणि जगभरातील सर्वात असह्य आरोग्य विकारांपैकी एक आहे. मोबाईलचे व्यसन ही चिंतेची बाब आहे. सेल फोनचे व्यसन लावणे खूप सोपे आहे पण ते वश करणे कठीण आहे. जगभरातील अनेकांना मोबाईलचे व्यसन लागले आहे. मोबाईल व्यसनाधीन व्यक्तीची वागणूक कमी-अधिक प्रमाणात इतरांसारखीच असते. येथे काही विशिष्ट चिन्हे आणि लक्षणे आहेत जी स्पष्टपणे दर्शवतात की एखाद्या व्यक्तीला त्याच्या/तिच्या मोबाईल फोनचे व्यसन आहे.

मोबाईल व्यसनाची लक्षणे:-

जगभरातील जवळपास प्रत्येकाकडे सेलफोन आहे, त्यामुळे कोणाला मोबाईल फोन व्यसन सिंड्रोम नसलेल्या व्यक्तीकडून येत आहे हे आपण कसे सांगू शकतो? बहुतेक रोग आणि आजारांप्रमाणेच, एखाद्याला प्रदर्शित लक्षणे सिंड्रोम आहे की नाही हे अनुमान काढू शकते. मोबाईल फोन वापरल्याने दरवर्षी 6,000 लोकांचा मृत्यू झाल्याचे संशोधनातून समोर आले आहे. त्याशिवाय, सेल फोनच्या व्यसनाचे इतर काही परिणाम येथे आहेत जे आपल्यावर परिणाम करू शकतात.

1) पाठ आणि मानेचा त्रास :-

ही एक सामान्य समस्या आहे ज्याचा सामना सर्व फोन व्यसनी करतात. बहुतेक लोक जेव्हा त्यांचा फोन वापरतात तेव्हा ते मोबाइल फोनकडे दीर्घकाळापर्यंत खाली पाहत असतात तेव्हा त्यांना पाठ आणि मान दुखण्याची समस्या उद्भवते. अभ्यासानुसार, 16 ते 24 वर्षे वयोगटातील 45% तरुणांना मोबाईल फोनच्या अतिवापरामुळे पाठदुखीचा त्रास होतो. त्याशिवाय, फोन आणि मजकूर पाठवण्याच्या अंतहीन अदलाबदलीमुळे आपली बोटे ताठ होऊ शकतात.

२) तणाव, चिंता आणि नैराश्य :-

आणखी एक सामान्य परिणाम जो आपण सहसा तज्ञांकडून ऐकतो तो म्हणजे मानसिक आणि भावनिक आरोग्य समस्या. जेव्हा आपण आपल्या फोनवर खूप वेळ घालवतो, तेव्हा आपण आपल्या जीवनातील इतर घटकांकडे दुर्लक्ष करतो आणि परिणामी, आपले जीवन संतुलन बिघडते. मोबाईल स्क्रीनवर जास्त वेळ टक लावून पाहिल्याने देखील आपण चिंताग्रस्त आणि तणावग्रस्त होऊ शकतो.

३) आरोग्य समस्या :-

आपल्या मोबाईल फोनसोबत जास्त वेळ घालवल्याने आपल्याला व्यायाम करण्यासाठी किंवा फिरण्यासाठी देखील कमी वेळ मिळू शकतो. मोबाईल फोनच्या वापरामुळे आपल्या जीवनातील अनेक शारीरिक हालचाली मोठ्या प्रमाणात विस्थापित झाल्या आहेत. शाळकरी मुलांच्या गटावर केलेल्या सर्वेक्षणात असे आढळून आले की जे लोक त्यांच्या फोनवर जास्त वेळ काम करतात ते त्यांच्या फोनवर कमी वेळ घालवणाऱ्यांपेक्षा कमी फिट होते.

किशोरवयीन मुलांमध्ये मोबाईलचे व्यसन

मोबाईल फोन व्यावहारिक जीवनातील अडथळे आणि समस्यांपासून सुटका म्हणून काम करतो. प्रत्येक वयोगटातील लोकांना मोबाईलचे व्यसन लागले आहे. असे असले तरी, किशोरवयीन मुलांना हे व्यसन लागण्याची सर्वाधिक शक्यता असते. किशोरवयीन मुले त्यांच्या आयुष्याच्या त्या टप्प्यावर असतात जिथे ते नवीन गोष्टी शिकत असतात आणि मार्गक्रमण करत असतात. त्यांना विविध प्रश्न आहेत आणि त्यांच्या मोबाईलमध्ये जवळपास सर्व उत्तरे आहेत. आजकाल मुलांकडे विचारण्यासारख्या आणि सामायिक करण्यासारख्या बऱ्याच गोष्टी आहेत परंतु अनेकदा त्यांच्या शिक्षकांशी किंवा पालकांशी त्याबद्दल चर्चा करण्यास किंवा बोलण्यास नाखूष असतात.

आजकाल बहुतेक पालक त्यांच्या कामात इतके गुंतलेले असतात की त्यांना त्यांच्या मुलांवर बोलायला किंवा निरीक्षण करायला वेळ नसतो. आणि दुसरे म्हणजे, अशा अनेक गोष्टी आहेत जिथे त्यांना विचारण्याची लाज वाटते आणि त्यासाठी मोबाईल फोन त्यांच्या मार्गदर्शनाचा स्रोत बनतो. ते ऑनलाइन मित्र बनवतात आणि त्यांच्या भावना त्यांच्याशी पुरेसे सामायिक करतात.

मोबाइल फोनचे व्यसन असलेले किशोरवयीन मुले खूप धोकादायक असतात. ते त्यांच्या अभ्यासावर लक्ष केंद्रित करू शकत नाहीत, कारण हे व्यसन त्यांच्या लक्ष केंद्रित करण्याच्या क्षमतेत अडथळा आणते आणि गोष्टी समजून घेण्याची त्यांची क्षमता कमी करते. मोबाईल फोनचे व्यसन असलेल्यांना मद्यपान, धुम्रपान आणि अंमली पदार्थ घेणे यासारख्या सवयी लागण्याची शक्यता जास्त असते. ते नेहमी त्यांच्या मोबाईल फोनवर असल्याने ते सामाजिकदृष्ट्या अक्षम होतात. त्यामुळे त्यांचे भवितव्य पणाला लागले आहे. पालकांनी आपल्या किशोरवयीन मुलांना स्मार्टफोन देऊ नयेत याची काळजी घेतली पाहिजे. किशोरवयीन मुलांनी त्यांच्या शिक्षणावर लक्ष केंद्रित केले पाहिजे आणि विविध फायदेशीर क्रियाकलापांमध्ये त्यांची आवड वाढवणे आवश्यक आहे. त्यांनी मोबाईल फोनवर त्यांचा मौल्यवान वेळ वाया घालवू नये आणि जगाचा पुरेसा शोध घेतला पाहिजे.

मोबाईल फोनच्या व्यसनावर मात करणे

इतर प्रकारचे वेड किंवा व्यसनाधीन, जोपर्यंत ते प्रामाणिकपणे सोडू इच्छित नसतील तोपर्यंत कोणीही मोबाइलच्या व्यसनावर मात करू शकत नाही. तंत्रज्ञानाचा लोकांच्या जीवनावर कसा परिणाम झाला आहे यावर मोबाईल फोनचे वेड हा एक परिणाम आहे. एकदा, तुम्ही मोबाइलच्या व्यसनापासून मुक्त होण्यासाठी दृढनिश्चय केल्यावर, आम्ही खाली नमूद केलेल्या टिपांचे अनुसरण करून असे करू शकतो:-

मोबाईल फोनचा वापर मर्यादित करून आणि तासांची संख्या सेट करून, आम्ही दररोज आमच्या मोबाईलचा वापर करण्याचे ध्येय ठेवतो आणि मजकूर पाठवणे, सोशल मीडिया, गेमिंग किंवा व्हिडिओ पाहणे यासारख्या प्रत्येक क्रियाकलापासाठी ठराविक वेळ नियुक्त करणे आम्हाला मदत करेल. मोबाईलचे व्यसन.
आपण नृत्य, चित्रकला, इनडोअर आणि आउटडोअर गेम्स खेळणे, घरातील कामे करणे, पुस्तके वाचणे आणि इतर अनेक क्रियाकलापांमध्ये देखील व्यस्त राहू शकतो. यामुळे आपला मोबाईल फोन सतत तपासण्याचा आमचा आग्रह कमी होईल. आपल्या पालकांसोबत वेळ घालवणे, आपल्या जोडीदाराला कामात मदत करणे, वेगवेगळ्या मजेदार क्रियाकलापांमध्ये गुंतणे किंवा नवीन ठिकाणी बाहेर जाणे हे देखील आपल्याला या व्यसनापासून मुक्त होण्यास मदत करते.

मोबाईलचे व्यसन झाले तर व्यावसायिक मार्गदर्शन घ्यावे. अनेक थेरपिस्ट मोबाईल ॲडिक्शन थेरपीमध्ये माहिर आहेत आणि ते या व्यसनापासून मुक्त होण्यासाठी वैयक्तिक आणि गट थेरपी देतात.

निष्कर्ष

मोबाईल हा आपल्या जीवनाचा अविभाज्य भाग आहे. त्याचे तोटे बरोबरच फायदेही खूप आहेत. मानवजातीच्या भल्यासाठी त्वरित कनेक्टिव्हिटी हे त्याचे सार आहे. ते सोयीस्कर, सहज उपलब्ध आणि उत्तम उपयोगाचे आहेत. सर्वांनी लक्षात ठेवावे की मोबाईलचा शोध आपल्या सोयीसाठी लावला आहे, उपद्रव निर्माण करण्यासाठी नाही. विवेकबुद्धीने, हुशारीने आणि सार्वजनिक शिष्टाचाराचा वापर केल्यास मोबाईलचा खूप उपयोग होऊ शकतो. मोबाईल फोन सकारात्मक किंवा नकारात्मक दोन्ही असू शकतो; वापरकर्ता ते कसे वापरतो यावर अवलंबून आहे. मोबाईल हा आपल्या जीवनाचा एक भाग बनला आहे म्हणून आपण त्याचा अयोग्य रीतीने वापर करून जीवनात विषाणू बनवण्यापेक्षा आपल्या चांगल्या त्रासमुक्त जीवनासाठी त्याचा योग्य मार्गाने, काळजीपूर्वक वापर केला पाहिजे.

मोबाईलचे व्यसन वेळीच रोखले नाही तर आपले जीवन उद्ध्वस्त करू शकते. याकडे आपण जितके दुर्लक्ष करतो तितकेच आज मोबाईलचे व्यसन ही एक मोठी समस्या बनली आहे. हे आपल्या व्यावसायिक जीवनात आणि वैयक्तिक संबंधांना बाधा आणत आहे. मोबाईल फोन फायदेशीर होण्यापेक्षा अधिक कमजोरी निर्माण करत आहेत. या मोबाईल व्यसनाच्या समस्येतून जात असलेल्या लोकांनी यापासून मुक्त होण्यासाठी आणि वास्तविक जगाकडे परत जाण्याचा प्रयत्न केला पाहिजे. या व्यसनापासून मुक्त होणे कदाचित आव्हानात्मक असले तरी ते अशक्य नाही. प्रियजनांच्या पाठिंब्याने आणि स्वतःच्या काही प्रयत्नांमुळे, आम्ही कालांतराने या समस्येवर मात करू शकतो आणि जर ते मदत करत नसेल, तर आपण व्यावसायिक सल्ला घेण्यास अजिबात संकोच करू नये.